SI DAVID AT SI JACKO
ANG TAGAPAGLINIS AT ANG AHAS

SI DAVID AT SI JACKO

ANG TAGAPAGLINIS AT ANG AHAS

Si David At Si Jacko Ang Tagapaglinis At Ang Ahas (Filipino Edition)

Ang librong ito ay lisensiyado para sa personal na paggamit lamang. Para sa electronikong pormat, hiwalay na kopya ay kailangan bilhin para sa bawat taong gustong bahagian ng kwento. Ni ang may akda o ang may lathala ay hindi responsable sa pag-aalaga sa librong ito. Ilan o lahat ng mga materyal sa aklat na ito ay maaaring kathang-isip lamang at para sa mga layuning legal ay nararapat lamang na ang aklat na ito ay tratuhin bilang libangan lamang at hindi para sa pagtuturo.

Copyright © 2012 David Downie. Reserbado ang lahat ng karapatan.
ISBN: 978-1-922159-40-3
Isinalarawan ni: Tea Seroya

Bumisita sa website ng may akda: www.davidjdownie.com

Tingnan ang iba pang aklat ng may akda sa pahinang Amazon **Best Selling** Author: www.amazon.com/author/bestsellers

Inilathala ng: Blue Peg Publishing

Kung ang nabili mo ay ang bersyong ebook ng aklat na ito, mangyaring isaalang-alang din na bilhin ang naimprentang bersyon kung ikinatutuwa ng iyong pamilya ang pagbasa ng ebooks.

Ang Labanan Ng Mga Insekto

Ang mantis at ang gagamba ay nagtinginan, tila may galit sa isa't isa. Ang mantis ay mayroong pang-ipit na may mga talim na maaring tumagos sa balat ng kanyang biktima at maari nitong hawakan habang ito'y kanyang kinakain. Ang gagamba ay may dalawang pangil (para sa interesadong batang lalaking tulad ko) na may makikislap na lason na maaaring pumaralisa at tumunaw ng laman na makapagbibigay daan sa kanya upang kanyang mainom ng buhay ang kanyng biktima.

Ako ay nag-abang sa kung sino ang unang aatake sapagkat sila ay magkahiwalay lamang ng ilang pulgada.

Walang nangyari.

"Tara na!" ako'y napasigaw. "Sugod!"

Subalit, wala pa ring nangyari. Gamit ang isang patpat, itinulak ko ang gagamba hanggang sa ito ay dumikit sa kanang pang-ipit ng mantis. At tulad ng inaasahan, ito'y biglang sumara at naging dahilan upang ang gagamba ay maging balisa at kaawa-awang kumagat-kagat sa ere.

"Yeah!" aking sigaw, hindi partikular sa kahit isa man sa kanila.

Pinulot ko ang mahabang seda na hinabi ng gagamba bago pa man ako dumating. Ito ay napunta sa kanyang likuran at tumalbog-talbog sa ere-kasama ang mantis na siya pa rin nakadikit sa gagamba-habang hinihila ko ang seda pataas.

Para sa isang maluwalhating sandali, hawak ng mantis paitaas ang gagamba sa kanyang pang-ipit. Bago ko binitiwan ang seda, ang kanyang paa sa likod ay nakaunat na naging sanhi upang ang mantis ay mahulog at humampas sa sahig ang gagamba, una ang mukha.

"Body slam!" Sigaw ko, ngayon naman ay sa aking aso.

Ang mga paa ng gagamba ay nanginig habang matahimik itong pinagmamasdan ng mantis.

"Ano ang iyong inaasahan, Jacko?" tanong ko sa aking maliit na aso, isang Australian terrier. Siya ay nakahiga lamang doon, tila hindi nabilib. Ngunit habang siya ay aking pinagmamasdan ng matagal, ang kanyang buntot ay nagsisimula nang kumawag na tila ba ako ay kanyang binabati.

Hinaplos ko siya mula ulo hanggang sa may ilalim ng kanyang baba at ito naman ay kanyang nagustuhan. Akin ding itinulak paatras ang kanyang tenga dahil batid ko na hindi nya ito kayang kamutin ng mag-isa nya. Ang buntot ni Jack ay talagang kumakawag na ngayon. Siya ay aking binuhat at kinamot ko ang kanyang tiyan.

Siya ang aking maliit na kaibigan.

Sa ngayon, ang mantis ay buong ligayang sumisipsip sa tiyan ng gagamba. Kung titignan sa galaw ng gagamba, siya ay desperado na at hindi nya gusto ang mga nangyayari. Hindi ko siya masisi dahil kung iyong makikita, ang tiyan nya ay paliit ng paliit habang lumilipas ang bawat minuto.

Iyon na din ang panahon na ako'y tinawag ng aking ina upang mananghalian.

ANG KUSINA AT ANG TORTA

Ako ay pumasok sa aming pinto sa harap na kailanman ay hindi ikinandado, patungo sa aming salas. Natanaw ko ang aking ina sa kusina habang kanyang binubuo ang blender.

"Ano ang ating pananghalian, Ina?" tanong ko.

"Matamis na torta," sagot nya habang kanyang binasag ang itlog sa blender at nilagyan ng kaunting gatas at harina.

"Yay," sabi ko, dahil ang matamis na torta ay ang aking paborito.

Iniluto ito ng aking ina na tila isang pancake bago ito nilagyan ng asukal at pinatakan ng dayap. Kanya itong pinagulong-gulong habang paunti-unting dinagdagan ng asukal at pinapatakan ng dayap.

Iyon ang pinakamasarap na pagkain na pwede niyang lutuin. Walang buhok-hindi katulad nung huli. At, hindi rin sunog.

Ako'y naupo sa sopa at sinimulan ko itong kainin gamit ang kutsilyo't tinidor at habang ako rin ay nakasilip sa dingding ng aming likod-bahay. Kulang-kulang na tatlong metro rin sa aming dingding ang nawawala mula ng sabihin ng aming ama na magtatayo siya ng panibagong dingding at kanya itong tinibag gamit ang martilyo.

Limang taon na ang nakalipas ngunit hindi ko inalintana ang butas na iyon sa aming dingding. Ito naman ay napapakinabangan din tulad ng pagtakbo papunta sa aming likod bahay. At sa tuwing panahon ng taglamig, ito ay nagsisilbing daluyan ng malamig na hangin, dahilan upang gamitin namin ang aming pausukan.

Ito ay masyadong mainit kung hindi man.

"Anong gagawin mo mamayang hapon, Davey?" tanong ng aking ina. Isa siya sa mga taong hinahayaan kong tawagin ako ng ganoon.

Sinabi ko sa kanya na ako ay lalabas upang magbisikleta kasama si Jack.

"Mag ingat ka," sabi nya. "Alam mong ang mga batang galing sa inyong paaralan ay nawawala pa rin. Walang nakakaalam kung anong nangyari sa kanila ngunit maaari itong maging kahit ano."

"Nakakabagot!" iyon ang aking nasabi bago ako nagmadaling lumabas papunta sa gilid ng aming bahay. Kinuha ko ang aking bisikleta at dumiretso sa kalsada. Ang mga paa ni munting Jacko ay kinailangang gumalaw ng mabuti at mabilis para ako ay kanyang mahabol.

Kailanman ay hindi ko rin naman nagustuhan ang mga batang iyon.

Ang Gumagapang Sa Parke

Ako ay naglakbay sa daan, dinaanan ko ang bahay ng aking kaibigan, kumaliwa sa daanang nasa pagitan ng aming kalye at sa kasunod na kalye. Ito ay isang mas malapit na daanan at mayroon itong mga nakakainis na mga daang bakal upang ang mga taong katulad ko na gumagamit ng bisikleta ay maging mabagal o pwede ring patigilin ang mga taong lulan ng mga motorsiklo.

Minsan ko na itong sinubukang lagariin subalit ito ay masyadong matigas.

Paglampas ko ng mga daang bakal, kinawayan ko ang mamang pulis na nakatira sa dulong bahay sa kanan bago sa susunod na daan. Minsan na nya akong dinala sa aking mga magulang noong ako ay nakipaglaban gamit ang harina sa tabi ng kanyang bahay nung aking ipagdiwang ang ikasampu kong kaarawan. Isinara lang nya ang kanyang kamao at ito'y ikinaway sakin.

Nagmadali si Jacko na nasa kabilang kalsada at ni hindi nagbigay ng gaanong atensyon. Sinundan ko siya gamit ang aking bisikleta. Tinignan ko ang magkabilang panig ng daan na siya naman itinuro sa akin ng aking ina.

Nagpatuloy kami pababa hanggang sa kabilang panig ng daan, sa may panaderya kung saan kami ay bumibili ng tinapay araw-araw. Sinabihan ko si Jack na maghintay sa labas ng tindahan habang ako ay naglibot-libot at hanggang sa ako'y nakabili ng tsololateng palaka sa halagang limang centimo na siya namang sukli ng aking lola noong ako ay kanyang binilihan ng pekeng dugo para sa aking kaarawan.

Ako ay naupo sa parke na malapit sa tindahan at sinimulan kong kagatin ang aking tsokolate. Napansin ni Jack ang isang uwak sa may mahahabang damo, nasa mga sampung metro ang layo at akmang susugurin nang bigla itong pumutak, hindi sumigaw, ang pinakanakakatakot na putak na aking narinig mula sa isang uwak.

Bigla itong natumba at namatay.

Pinuntahan namin ni Jack ang patay na uwak. Ang kanyang mga mata'y nakaumbok. Mayroon din itong dalawang sugat at butas sa kanyang tiyan. Mayroong gumapang malapit dito sa damuhan ngunit hindi ko nahuli sapagkat gumapang na ito at nawala na lang bigla.

"Kakaiba," sabi ko sa aking sarili bago ko tuluyang inubos ang aking tsokolate at sumakay muli sa aking bisikleta.

Ang Nakakadiring Paaralan At Ang Nawawalang Manok

Dinaanan ko ang mga kawayan sa dulo ng paradahan ng mga sasakyan, lampas pa kung saan nakatira ang babaeng wala sa katinuan at taas pa papunta sa paaralan ng Jamboree Heights State. Ito ay ipinangalan matapos ang pagtitipon ng mga scouts na ginanap noong taon ng aking kapanganakan, sa lugar kung saan din pumutak ang uwak.

Isa na yata ito sa mga pwedeng maging kandidato bilang pinakamarumi at pinakanakakadiring paaralan sa mundo sapagkat ito ay itinayo sa tabi ng kanal at tambakan ng basura.

Naisip ko tuloy kung bakit pinili ng mga matatanda na magtayo ng paaralan sa ganoong uri ng lokasyon. Masyadong masangsang ang amoy at may batang naospital dahil sa sobrang pagsusuka sanhi na rin ng mabahong amoy.

Hindi rin ito nagustuhan ni Jacko lalo na't makailang ulit na siyang ikinulong ng malupit na tagapaglinis. Si Ginoong Sniggles, kasama ang ilang mga bata na inakala niyang hindi kumikilos ng maayos. Lahat sila ay naupo sa isang maliit na kulungan hanggang sa dumating ang oras ng pag-uwi.

Iniwan ko ang aking bisikleta kung saan iniiwan ang mga bisikleta habang kami ay matahimik na nagtungo sa likod ng gusali ng musika at diretso sa bakod sa gilid ng paaralan. Habang walang pasok, hindi ka talaga makakasiguro kung sinu-sino at anu-ano ang mga nasa paligid.

Sa pag-aakalang klaro na ang daanan, gumapang kami sa bakod papunta sa palaruan. Makalipas ang isang minuto, nakasalubong namin ang isang matandang babaeng may puting buhok na nagdidilig sa kanyang hardin sa kabilang bakod.

"Nakita niyo ba ang aking manok?" tanong niya sa isang malumanay na boses.

"Paumanhin po." Sabi ko. "Yung ano nyo po?"

"ANG AKING MANOK!" sigaw nya. "NAKITA NIYO BA ANG AKING MANOK?"

Ang kanyang mga mata ay tila nanlolokong nakatingin sa amin.

Nagsimula akong tumakbo patungo sa parke.

"Nahihibang na siya," sabi ko kay Jacko. Nakarating kami sa palaruan at nagmadali akong pumunta sa kutang gawa sa kahoy, umakyat gamit ang lubid at ang hagdan na nakadikit sa gilid. Naiwan sa baba si Jacko at tumingin paitaas habang kinakawag ang kanyang buntot.

Mula sa itaas ng kuta ay aking nakita ang paaralan. Mayroong istadyum kung saan kami naglalaro at tumatakbo, sa bandang itaas ng burol kung saan ang mga silid aralan, at lampas ng mga malalaking puno na ginamit sa paglalaro ng cricket at kung saan din kami naglalaro ng holen. Doon din makikita ang kubo na kung saan ay dapat na tinitirahan ng aming tagapaglinis na si Ginoong Sniggles, bagaman nakikita ko lamang siya na naglalakad sa paligid ng paaralan. Nakasimagot.

Wala akong makitang manok.

Mahinang tumahol si Jacko. Yun tahol na ako lamang ang makakarinig at wala ng iba pa. Tumingin ako pababa. Una siyang tumingin sa akin pagkatapos ay tumingin sa malaking tubo na nasa palaruan na siyang pinaglalaruan at ginagapangan ng mga bata tuwing oras ng tanghalian.

"Kumusta kaibigan?" aking pagtawag.

Muling tumahol si Jacko, mahina ngunit mukhang sabik at takot din naman.

Umurong ako sa gilid ng kuta at sinimulang bumaba. Hindi nagtagal, ako ay nasa lupa na kasama ang aking munting kaibigan na agad lumapit sa akin at agad dinilaan ang aking mukha.

"Ano yun kaibigan?" sabi ko ulit. "May nakita ka ba?"

Ako'y kanyang tiningnan na tila ba gustong sabihin na ako'y mag-ingat at ako ay dahan-dahang nagtungo sa malaking tubo na nakahuli ng kanyang atensyon. Alam kong patungo ako sa tamang direksyon sapagkat ngayon, si Jacko ay nakatitig at hindi man lang iginagalaw kahit ang kanyang ulo kahit tawagin ko pa ang kanyang pangalan.

Nakarating kami sa likod ng tubo. Malaki ito at madilim kaya maliit na daanan lamang ang aking nakikita. Kahit ako'y takot rin ngunit wala akong magagawa kung hindi ang magsaliksik. Nagsimula akong gumapang habang si Jacko ay nag-aatubiling maglakad sa harapan ko.

Ilang pulgada pa lamang ang aming narating, nagsimula na siyang umungot ng mahina. Hindi ko pa ito naririnig mula sa kanya.

Masyado nang madilim.

"Jack, ayos ka lang ba, kaibigan?" muli ko siyang tinanong ngunit walang sumagot.

Nahulog ako sa dilim, kakahanap sa balahibo ni Jacko. Una ay konkreto, tapos bubble gum (na talagang nakakadiri), tapos isa pang mas nakakadiri kaysa sa bubble gum, na sinundan ng batong matatalim at isang bagay na makaliskis.

Hindi ako makapaniwala kaya ito ay aking inulit.

Isang bagay na makaliskis? Hindi ito gumagalaw ngunit ito ay magaspang at malamig. Ito ay malapad at bilog, tila ba isang kahoy ngunit natakpan ito ng kaliskis at nagninipis ang dulo.

Tila ba parang isang uri ng pako.

Tinaas ko ang aking kamay ng ilang segundo, ngunit bigla kong naalala si Jacko kaya dali-dali ko itong ibinalik sa dilim. Nahanap ko ang kaliskis at kinapa ko hanggang sa gilid kung saan huminto ang kaliskis. Sa puntong iyon, nakaramdam ako ng balahibo at ang pamilyar na hugis ng maliit na ulo ni Jack.

Siya ay nanginginig.

"Ayos lang yan, kaibigan." Bulong ko sa kanya. "Umalis na tayo dito."

Inabot ko siya gamit ang isa kong kamay at sinubukan kong umatras. Ngunit bago ko ito nagawa, gumalaw ang kaliskis. Parang buntot. Iyon ang unang gumalaw.

Nagsimula itong gumalaw na palayo sa akin. Naramdaman ko itong gumalaw sa ilalim ng aking mga daliri at sinama din si Jacko.

Balisa, hinila ko ang dulo ng buntot sapagkat ito ay lalong lumalayo. Ninais ko itong pahintuin ngunit masyado itong malaki at ako'y maliit lamang kaya maging ako ay nahila nito.

Papunta sa kadiliman.

ANG HAPUNAN NI GINOONG SNIGGLES

Ako ay nahila sa ilalim ng tubo, sa kadiliman na tila ba walang katapusan bago ako nakalabas sa liwanag ng araw sa hapon. Una kong nakita si Jacko na naroon pa rin sa aking harapan, sumisiksik at nanginginig.

Sunod kong nakita ay ang dulo ng isang napakalaking ahas na siyang kinakapitan ko.

Ito ay ubod ng laki. Ito na yata ang pinakamalaking hayop na aking nakita, maliban sa elepante. Kasing haba ito ng tatlong kotse at doble ng laki ng tiyan ng aking tiyo Grahame.

Mas malaki pa ito.

Hindi niya kami napansin. Masyado kaming maliit para makita niya. Ito ay gumagapang sa damuhan at papunta sa gusali ng aming paaralan. Gumapang ito sa burol, lampas

22

ng opisina ng aming punong guro at papunta sa kubo ni Ginoong Sniggles.

Ang kubong inaakala ng lahat na tinitirhan ni Ginoong Sniggles.

Kinailangan kong manatiling nakakapit para kay Jacko. Mula sa aking kinalalagyan, hindi ko masyadong matanaw ang ulo ng ahas ngunit batid ko na maaari niya kaming lunukin amumang oras na gustuhin niya at ito'y gagawin niya ng walang pag-aalinlangan.

Hindi ko hahayaang kainin ng ahas ang aking kaibigang si Jack, kahit na ganito kalaki ang ahas. Nanatili akong nakakapit kahit ako'y nahila sa mga bato at sa mga kung anu-ano pang bagay sa palaruan.

Maliwanag sa akin ngayon na kung nakatira nga si Ginoong Sniggles sa kubo, siguradong isang pangit na sorpresa ang kanyang makakamit. Dumiretso ang malaking ahas sa kanyang pinto. Ninais kong sumigaw upang siya ay balaan ngunit ayaw ko rin naman na kami ang mapansin ng ahas.

Kahit si Ginoong Sniggles na sobrang lupit ay hindi rin naman karapat-dapat na kainin ng ahas.

Nakarating ang ahas sa harap ng kanyang pinto at bahagyang huminto. Sinamantala ko ang pagkakataon na iyon upang bumitiw sa kanyang buntot at sabay hablot ko na rin kay Jacko na hanggang ngayon ay takot na takot pa rin. Pinag-iisipan ko kung saan kami tatakbo nang biglang may hindi inaasahang pangyayari.

Gumapang ang ahas sa pinto.

Hindi eksaktong sa pinto, ngunit sa pinto na nasa pinto.

Isang pintuan para sa ahas.

Iyon lang ang naisip kong pwede duon. Masyado itong malaki para sa pusa at masyadong maliit para sa tao.

Ngunit eksakto ang pagkakalapat nito sa ahas.

Iisa lang ang aking konklusyon. Maaring mag-isang nakatira ang ahas sa kubo, na inaakala ng lahat na kubo ni Ginoong Sniggles o kaya ay nakatira ito duon kasama ni Ginoong Sniggles.

Ito pala ay ang alagang ahas ni Ginoong Sniggles.

Nagmadali akong tumungo sa gilid ng kubo habang hawak ko sa isang kamay si Jacko, upang sumilip sa bintana ni Ginoong Sniggles.

At tama ako. Nandoon nga siya – isang taong may malaki at makapal na balbas na animo'y isang pugad ng ibon na halatang hindi isang misteryo sapagkat malaki ang kanyang tiyan at kung anu-anong uri ng mantsa ng pagkain ang naiwan sa kanyang damit.

Si Ginoong Sniggles ay isang taong walang kalinisan sa katawan.

Ngunit isa siyang maruming tao na may alagang ahas. Narinig ko pa siya habang kinakausap niya ito.

"So, snakey, anung hapunan ang dala mo para sakin?" ugong niya. Ang tiyan niya ay tumatalbog-talbog habang nanginginig ang balbas. Nahulog ang mga pagkain habang sila ay nag-uusap.

Aking tiningnan ng mabuti ang ahas sa unang pagkakataon. Ipinalupot niya ang kanyang sarili ngunit sinakop pa rin nito ang kalahati ng kwarto. Mas malaki sa aking inaakala. Mayroon itong malaking ulo at bibig na kung saan ay siguradong kakasiya kaming dalawa ni Jacko. Mayroon itong isang mahabang pulang dila na magkahiwalay sa kabilang dulo. Labas pasok ito tuwing labinlimang segundo o higit pa.

Nakaramdam ako ng pagkabahala at pagkabagabag.

"SABI KO, ANO ANG DALA MONG HAPUNAN PARA SA AKIN?" sigaw ni Ginoong Sniggles.

Napaisip ako kung ano ang inaasahan ni Ginoong Sniggles na hapunan na galing sa isang ahas lalo na't wala itong mga kamay. O kaya kami ang kanyang tinutukoy?

Itinaas ng ahas ang kanyang ulo hanggang ito ay pumantay sa ulo ni Ginoong Sniggles. Sa isang sandali, inakala ko na si Ginoong Sniggles ang magiging hapunan hanggang sa may makita akong hugis itlog sa gitnang bahagi ng tiyan ng kanyang ahas.

Namilipit ang katawan ng ahas, animo'y parang masusuka na para bang may nakain na panis, ngunit sa pagkakataong ito, ito'y tuloy-tuloy at siya ay nagpagulong gulong.

Itinutulak pataas ang isang misteryosong hugis.

Sa wakas, naabot ng hugis ang tuktok na bahagi ng katawan ng ahas. At, sa isang malakas na lagutok, bumukas ang bibig ng ahas. Mas malaki pa sa aking inaakala.

Pagkatapos, isang manok ang lumabas. Isang buong manok.

Dumighay ang ahas na tila ba isang taong walang modo at agad na lumipad ang manok sa kwarto na siya namang diretso sa mesa.

"MANOK?" sigaw ni Ginoong Siniggles

"SABI KO ISANG BATANG MATABA, HINDI ISANG MANOK!"

Ngunit hindi pinansin ng ahas si Ginoong Sniggles at siya ay muling pumulupot at natulog.

"Ano ang aking gagawin?" bulong ni Ginoong Sniggles. "Hindi sapat ang manok, hindi sa isang katulad ko."

"Kailangan kong magkaroon pa ng mas marami. MAS MARAMI, MAS MARAMI! Hindi pwedeng manok lang. Hindi talaga."

Naglakad si Ginoong Sniggles paikot-ikot habang hinahaplos niya ang kanyang tiyan at kinakausap ang sarili.

"Ganito na lang, Snakey, lalabas ako upang bumili ng mga sangkap na ihahalo sa manok at ikaw, kumuha ka pa ng mas maraming laman. Isang batang mataba. Marami kang mapagpipilian diyan hindi katulad noong huli na isang buto't balat. Kailangan natin ng taba na iluluto natin sa ating kawali.

Oo kailangan natin."

Binuksan ng ahas ang isa niyang mata habang nagsasalita si Ginoong Sniggles. Malamang naintindihan niya kung ano ang nagaganap.

"Oo, aalis na ako, Snakey. Ako ay bibili ng bawang, rosemary at puting alak at oliba. Masarap silang ihalo sa kamatis. At kukuha ka ng isang batang mataba. Ilalagay natin ang taba at tayo ay magluluto ng sinigang na bata at manok. May kasamang oliba at kamatis. At asin. Palaging maraming asin o kaya sili."

Ako na ngayon ang nabigla at sinimulan ni Jacko na dilaan ang aking kamay.

Niluluto at kinakain ni Ginoong Sniggles ang mga bata.

At sila ay hinahanap at hinuhuli ng isang higanteng ahas.

Takot na takot ako.

Inayos ni Ginoong Sniggles ang kanyang mga gamit at binuksan ang kanyang pinto upang mamalengke. Ang ahas, na tila naintindihan ang mga sinabi sa kanya ay lumabas din sa kanyang pinto na sa tingin ko ay naghahanap ng batang tulad ko para maging hapunan ni Ginoong Sniggles.

Sana ay hindi ako ganun kataba.

Hindi ko na gustong malaman kaya't kami ni Jacko ay gumapang sa kabilang gilid ng bahay upang maiwasan ang ahas. Hindi nagtagal, kami ay nakalayo at malapit nang makauwi gamit ang pasukan sa paaralan.

Ngunit nakita namin ang ahas. Tumigil ito at dahan-dahang itinaas ang kanyang ulo. Ang kanyang dila ay naglabas pasok na tila ba may naamoy na kanais-nais.

Nagsimula itong bumalik sa aming kinaroroonan.

Wala kaming ibang magagawa kung hindi ang tumakbo sa kubo gamit ang pinto ng ahas para kami ay hindi niya makita.

ANG KUBO NI GINOONG SNIGGLES

Biglang sumara ang pinto sa likuran namin. Bago pa man kami makatayo, aming naamoy ang isang napakasangsang na amoy. Parang bulok na laman. Malamang ito ang amoy ng mga batang tinadtad na naging katapusan nila ang palayok na iyon na pinamamahalaan ng isang wirdong baliw na may magkabuhol-buhol na balbas at napakalaking tiyan.

Pareho naming pinipigilan ang aming mga sarili, pinipilit na huwag maduwal.

Hindi ko alam na naduduwal pala ang aso.

Hindi gaanong kalakihan ang kubo kumpara sa aming sala sa bahay. Sa isang gilid, kung saan pumupulupot ang ahas, ay medyo malinis maliban na lamang sa mga tumpok

31

ng lumang balat. Isang manok ang nasa gitna ng mesa, kasama ang isang kutsarang gawa sa kahoy at isang matalim na kutsilyo. Hindi ako sigurado, ngunit bakas sa mukha ng manok na namatay ito sa takot.

Ang ekspresyon ng manok ay para bang kinain ito ng buhay at ilulunok ng isang higanteng ahas.

Mayroong lutuan sa isang gilid ng kubo, de kahoy ito. Isang malaking palayok naman ang nakapatong duon. Kung iyon ang hapunan ni Ginoong Sniggles, hindi ako sigurado kung ano ang laman nito. Siguro ito ay isang bata na kanyang itinago at pinakulo.

Bagaman ako'y natatakot, lumapit pa rin ako sa lutuan upang usisain ang laman. Tinanggal ko ang takip ng palayok.

Ako naman ay nakaramdam ng pagkaluwag sapagkat gulay ang laman nito. Nakita ko ang karrots, sibuyas, dahon ng laurel at konteng kintsay. Siguro, talagang nasiraan lang nang bait si Ginoong Sniggles, may alagang ahas at malakas ang imahinasyon. Oo nga't mayroong mga buto at laman duon, ngunit maaaring ito'y ang manok, tulad ng dala-dala ng ahas.

Malamang ito'y sabaw ng manok, na ginagamit sa paggawa ng sopas.

Ibinalik ko ang takip ng palayok nang may biglang lumutang. Puti ang kulay, bilog na parang isang itlog.

Naisip ko na siguro'y nangitlog ang manok, o di kaya'y gumawa ng sabaw si Ginoong Sniggles na may kasamang itlog.

Ngunit, ang mga itlog ay nabalatan na. Hindi ko ito maintindihan.

Ako'y tumingkayad upang mapalapit pa sa palayok at mas makita ko ang itlog. Nasa gitna ito ng palayok, katabi lamang ng mga karots. Bumaliktad ang itlog habang kumukulo ang laman ng palayok.

Isang mata. Mata ng bata!

Sa sobrang takot, nabitiwan ko ang takip ng palayok, na siya namang lumikha ng malakas at maingay na tunog. Nagsimulang tumahol si Jacko. Kung ito ma'y sa pagkasabik o sa pagkatakot, iyon ang hindi ko sigurado.

Kami ay nasa isang matinding kapahamakan.

Sumilip ako sa bintanang malapit sa pinto. Isang minuto na lang at darating na ang ahas sa kubo. Patungo ito kung saan kami naroon. Determinado talaga itong makarating sa aming kinalalagyan.

Dahil sa sobrang nerbiyos ko, naghanap agad ako ng lugar na matataguan. Si Jacko naman ay patuloy pa rin sa pagtahol kaya sigurado akong gumagapang pa ito ng mas mabilis.

"Jacko, kaibigan, tumahimik ka!" bulong ko sa kanya habang ang aking mga mata'y nagmamasid pa rin sa paligid.

Ngayon ay mas dinig ko na ang ahas. Siguradong ilang metro na lang ng layo nito.

"Craap," bulong ko sa aking sarili, kahit alam kong hindi ko dapat gamitin ang salitang iyon. Sinimulan ng buksan ng ahas ang pinto. Dahan-dahan na parang ito ay nag-iingat.

Huli na ang lahat-wala na kaming oras.

Si Jacko at ako ay kakainin niya ng buhay.

SA TIYAN NG HALIMAW

Sa sobrang takot, hinablot ko ang malaking kutsilyo na nasa tabi ng bangkay ng patay na manok. Iniisip ko kung ano pa ang maari kong gawin. Sigurado akong hindi ako mananalo sa patas na laban. Bawat pangil niya ay mas malaki sa hawak kong kutsilyo, at sigurado akong sampung beses ang bigat nito sa akin.

Kahit ang mga ngipin ni munting Jacko ay hindi man lang tatagos sa balat nito.

Alam kong dapat may maisip akong paraan kung gusto kong mabuhay pa kami.

"Jacko, kaibigan, pinagkakatiwalaan mo ba ako?" tanong ko sa kanya.

Napatingin na lang sa akin si Jacko habang hila ko ang isang lumang balat ng ahas sabay tago sa gilid.

"Kaibigan, patawad ngunit kailangan mo lang talagang magtiwala sakin."

"Subukan mong pigilin ang iyong hininga at umiwas sa mga pangil."

Nanlaki ang mga mata ni Jacko na tila ba naintindihan niya kung ano ang mga sinabi ko. Wala na rin siyang oras mag-isip kung ano ang kalalabasan dahil sa mga oras na iyon, ang malaking ulo ng ahas na pumasok na sa pinto at nakatutok na sa aking kaibigan.

Agad namang nasindak si Jacko. Katulad ng naganap duon sa loob ng tubo. Mula sa aking kinatataguan, nakita ko kung paano nanginig ang kanyang munting katawan.

Gumapang siya sa sahig habang ang ahas naman ay pumasok ng pinto. Parang walang katapusan ang haba ng ahas hanggang ang napakalaking katawan nito ay naipasok na niya ng buo sa kubo.

Natigil ang panginginig ni Jacko. Mistula itong nagpapanggap na patay, o umaasa ako na ito nga ang kanyang ginagawa. Maari rin naman hinimatay ito dahil sa sobrang takot.

Habang tumatagal, mas lalong lumalapit ang ahas sa katawan ni Jack. Hinawakan ko ng mabuti ang aking kutsilyo. Nag iisip ng mabuti kung ano ang maari kong gawin upang sa gayon, kaming dalawa ay makaligtas sa tiyak na kapahamakan.

Tumunog muli ang panga ng ahas sa ikalawang pagkakataon. Dahan-dahan, isinubo nya ang aking munting kaibigan. Una ay ang buntot, sumunod ang mga paa, tapos ang kanyang munting tiyan at hindi nagtagal, pati ang ulo niya ay nawala na rin.

Alam kong wala na akong gaanong oras na natitira ngunit kinailangan kong maghintay.

Pababa na si Jacko sa tiyan ng ahas. Habang namimilipit ang katawan ng ahas, nakikita ko ang aking kaibigan na mas lalo pang bumababa sa kanyang tiyan.

Sampung segundo ang nakalipas. Dalawampu.

Kung hindi aayon sa aking plano ang mga mangyayari, alam kong ito'y magiging malaking problema.

Sa wakas, pagkatapos ng tila ba walang katapusang paghihintay, ibinaba ng ahas ang kanyang ulo at ipinikit ang kanyang mga mata.

Kailangan niyang matulog upang malunok ang aking aso.

Dahan-dahan kong itinulak ang lumang balat ng ahas at gumapang ako papunta sa natutulog na ahas.

Naglabas pasok ang kanyang dila habang ito ay humihinga.

Itinaas ko ang kutsilyo na hawak ko.

"Para ito sa aking alaga, kasuklam-suklam na ahas," bulong ko sa aking sarili bago ako tumalon. Buong lakas akong tumalon sa ulo ng ahas habang hawak ko ang kutsilyo.

Bago pa man nito mabuksan ang kanyang bunganga, tumagos sa ulo ng ahas ang kutsilyo at inabot din ang kanyang utak. Dali-dali kong hinila ang kutsilyo at hindi ko na inalintana ang paglabas ng utak nya. Hinanap ko agad kung nasaan si Jacko.

"Konteng tiis kaibigan!" sabi ko kay Jacko habang patuloy kong binubuksan ang katawan ng ahas gamit pa rin ang hawak kong kutsilyo.

Makalipas lamang ang ilang sandali, nakita ko na ang mukha ni Jacko. Basang basa at natakpan ng malagkit na likidong mula sa ahas na siya rin napunta sa aking kamay habang hinila ko si Jacko palabas.

"Ayos ka lang ba, kaibigan?"

Pinunasan ko ang malagkit na likido at nilapat ko sa kanyang dibdib ang aking tenga.

"Napatay ko na siya, kaibigan. Tapos na. Napatay ko na siya."

Narinig ko ang pintig ng kanyang puso.

Buhay pa siya!

Hinaplos ko ang kanyang maliit na ulo sa paraang gusto niya. Tinawag ko ang kanyang pangalan, kiniliti ko ang kanyang tiyan. Ginawa ko ang lahat para lang mawala ang kanyang takot.

Bumukas ang kanyang mga mata.

"Maligayang pagbabalik, kaibigan. Tapos na ang lahat."

Nang mga sandaling iyon, narinig ko ang boses ni Ginoong Sniggles na tila nasa labas lang ng pinto.

Ang Parusa Ni Ginoong Sniggles

"Snaaakey! Snaaakey! Dala ko na ang bawang, snakey. Pati ang alak at ang mga oliba. Siguradong masarap ito. Snaaakey. Snaaakey!"

Lalong lumakas ang boses ni Ginoong Sniggles habang si Jacko at ako ay nakaupo sa tabi ng patay na ahas. Hindi ko alam kung paano naming malalampasan ang pangalawang kapahamakan na ito. Napakalaking tao ni Ginoong Sniggles. Ako ay isang hamak na bata lamang at si Jacko ay nasa matinding takot pa rin dulot ng pagkakakain sa kanya ng ahas.

Sinubukan kong mag-isip kung paano ko siya maiisahan.

Hawak na ni Ginoong Sniggles ang kanyang susi at sinusubukan na niyang buksan ang pinto.

"Nakakainis na susi." Bulong niya. Tila ba nahulog niya ang kanyang susi.

Sa pagkadesperado, kinuha ko ang manok sa mesa. Sunod kong pinuntahan ang ahas at binuksan ang kanyang bunganga. Dalawang naglalakihang pangil ang aking nakita. Agad kong itinusok ang manok sa magkabilang pangil upang matanggal ang kanyang lason, tulad ng nakikita kong ginagawa ng mga nag-aalaga ng hayop sa zoo.

Pinunasan ko ang malagkit na likido sa ulo na ahas, ibinalik ang manok sa mesa at agad kong kinuha muli si Jacko.

"Pasensiya na kaibigan." Sabi ko. "Kelangan nating bumalik sa loob."

Gumapang kami pabalik sa loob ng katawan ng ahas, sa parehong parte kung saan ko nailigtas si Jacko. Biglang bumukas ang pinto.

"Snaakey. Andito na ko, snakey."

Sinuri ni Ginoong Sniggles ang buong kwarto na tila ba may bahid ng pagdududa.

"Ano ang ginagawa mo, snakey?"

Tinignan niya ang nakaumbok sa tiyan ng ahas kung saan kami nakatago.

"Mahusay!" aniya niya.

"Base sa sukat mo, tingin ko nakahuli ka ng masarap na bata at ngayon nagpapahinga ka ng maayos. Pagkagising mo, pagsaluhan natin ang ating pagkain: *kiddy a l'orange.*"

Samantala sa kanyang mesa, kinuha niya ang manok at hinati ito saka inilagay sa kawali na nasa lutuan. Habang ginagawa niya ito, sinabayan niya ito ng pagkanta.

Oh manok, aking manok
Ikaw ang aking mundo
Oh manok, aking manok
Eto ang romero umalis

Natawa na lamang siya sa kanyang sarili na siyang naging dahilan upang tamalbog-talbog ang kanyang malaking tiyan at nahulog ang kanyang mga pagkain sa sahig. Tinikman niya ang alak at kanya ring nilagyan ang palayok at saka niya ito tinakpan.

"Hayan, aking manok." Bulong nito sa sarili sabay lagok sa alak. Samantala, ako at si Jacko ay magkasama pa rin sa loob tiyan ng halimaw.

Madilim. Mapanghi. Nabubulok.

Ngunit kami ay nananatiling buhay at kinailangan lang naming hintaying matapos kumain si Ginoong Sniggles. Kung hindi lang talaga kami pagod.

Makalipas ang kalahating oras, kami ay nagising sa tunog ng takip ng palayok. Si Ginoong Sniggles, inaasikaso ang nilulutong manok. Malambot na ito at napapalibutan ng maraming oliba at kamatis.

"Mmmmm," ani Ginoong Sniggles habang tinitikman ang ginawang sarsa. Sumandok siya ng kanyang niluto at naupo sa mesa na may dalang tinapay, kutsara at tinidor.

"Napakagandang manok..." ani Ginoong Sniggles habang kanyang kinakain ang pinakamalambot na parte ng manok.

Amin siyang pinapanood mula sa loob ng balat ng ahas. Alam kong kailangan ko nang kumilos dahil kung hindi, kami na ang susunod sa kawali.

Konteng panahon pa, sabi ko sa aking sarili.

Nang biglang nabahing si Jacko.

Hinawakan ko siyang mabuti at tinakpan ang kanyang bibig. Alam kong nagsisisi siya dahil hindi naman niya iyon sinadya. Matahimik akong naghintay hanggang sa bahagya kong binuksan ang balat upang makasilip.

Mula sa kinatatayuan ni Ginoong Sniggles na nasa tabi ng ahas, ako'y kanyang tinignan.

"ANONG MERON TAYO DITO!" galit na angal ni Ginoong Sniggles.

Kaagad niyang itinabi ang balat ng ahas at agad hinila ang aking buhok. Napadulas ako mula sa tiyan ng ahas at dumiretso sa sahig. Si Jacko naman ay lumipad mula sa aking mga braso diretso sa dingding bago dumulas papunta sa pinto.

"ANONG GINAWA MO SA AHAS KO!" sigaw niya sa aking mukha. Mabaho ang kanyang hininga dahil sa halo halong amoy ng atay, dugo at kung anu-ano pang kanyang mga kinain. Mayroon ding mga maliit na piraso ng pagkain ang tumalsik mula sa kanyang bibig na lalong mas naging nakakadiri.

"DIRETSO KA SA KAWALI!" aniya. Hinablot niya ang aking buhok at ako'y kanyang dinala sa palayok. Isang paraan lang ang aking naisip kung paano ako magkakasya sa palayok. Yun ay kung ako ay kanyang pipirapirasuhin.

Gamit ang isa niyang kamay, hinawakan niya ang kutsilyo.

"Ihanda mo na ang iyong sarili," bulong nya. Akma na niyang hihiwain ang aking kamay.

Sa di inaasahan, bigla siyang sumigaw dahil sa pagkaramdam ng sakit. Naririnig ang pag-angil ni Jacko mula sa sahig. Tinignan ko siya at nakita kong buhay siya at kagat-kagat niya ang bukong bukong ni Ginoong Sniggles.

"BITAWAN MO AKO!" sigaw niya at ako'y kanyang binitawan upang sipain si Jacko papunta sa dingding.

"Ngayon talagang galit na ako!" aniya, at ngayon ay lalo niyang hinigpitan ang hawak sa kutsilyo.

46

Ipinikit ko na lang ang aking mga mata at ihinanda ko na ang aking sarili na matadtad at mailagay sa palayok. Sinubukan ko talagang ihanda ang aking sarili.

Naghintay lang ako.

At patuloy na naghintay.

Pagkatapos, iminulat ko ang aking mga mata.

Hawak pa rin ni Ginoong Sniggles ang kanyang kutsilyo ngunit ngayon, siya ay tila nangingisay na parang nasisiraang ibon. Nagsimula na ring lumabas ang mga puting likido sa kanyang bibig at tuluyan nang tumulo sa kanyang balbas. Nakakadiri talaga.

Ang kanyang mga mata ay tumirik na rin.

"Nasobrahan mo yata ng manok?" tanong ko na may kahalong biro at pagkaginhawa.

Ang pangingisay ni Ginoong Sniggles ay lalong lumakas at tumindi hanggang ang kanyang mga kamay at paa ay tuluyan nang pumagaspas na para siyang sumasayaw. Lumipad ang kutsilyong hawak niya at tumusok ito sa dinding.

Bumukas ang bibig ni Ginoong Sniggles at siya ay napaungol. Maliwanag na siya ay nagkaganon dahil sa lason mula sa malaking ahas. Lumakas ng lumakas ang kanyang ungol hanggang sa pinuno nito ang buong silid at ang aking mga tenga naman ay sumakit.

Pagkatapos, bigla itong tumigil at siya'y hindi na gumalaw.

Tumingin siya sa akin na may mga puting likido na dumadaloy sa kanyang maruming balbas hanggang sa kanyang tiyan.

"Ikaw, bata ka," pilit na nagsalita, "isa kang mamamatay tao."

Sumigaw siya ng napakalakas na walang tagalinis ang maaring makagawa. Pinaghalong mataas at mababang tono hanggang mapuno nito ang kubo at sabay sa pag alulong ni Jacko dahil sa sakit.

Nagsimulang lumabas ang mga sugat sa mukha ni Ginoong Sniggles. Kinakain ng lason ang kanyang laman. Nagpatuloy ang kanyang pag-ungol habang lumalaki ang kanyang mga sugat, pinapakita ang kanyang mga laman at buto.

Nagpatuloy siya sa pag-ungol. Umungol siya habang ang kanyang katawan ay tuluyan nang lumiit at nagsimulang kumalat ang laman niya sa sahig.

Umungol siya hanggang siya ay naging kalahati ng aking sukat, Habang patuloy siyang umuungol, patuloy rin ang kanyang pagliit.

Sa huli, tuluyan nang bumigay ang kanyang katawan at naging isa itong lusak at tumpok ng mga buto sa gitna ng kubo na katabi rin ng patay na ahas.

Natigil na ang pag-ungol.

Nagkatinginan na lang kami ni Jacko.

"Impyerno," sabi ko. "Hindi talaga ako makapaniwala."

Sa Bahay

Sumakay ako sa aking bisikleta patungo sa aming garahe bahang si Jack ay nakasunod. Huminto siya sa gilid ng isang bahay upang makainom ng konteng tubig. Mayroong itim na maliit na balat ang kanyang dila na hindi ko pa nakita noon.

"David!" Tawag ng aking ina. "Oras na ng hapunan. Maghugas ka na ng kamay."

Naglakad ako patungo sa gilid ng bahay at pumasok sa pinto. Kami ay kumakain sa malaking mesa na binili ng aking ama. Masyado talaga itong malaki ngunit ayaw aminin ng aking ama kaya ito pa rin ang gamit namin.

Naupo kaming lahat bilang isang pamilya. Sa isang napakalaking mesa.

Dumating ang aking ina dala ang mga plato at nagsimula nang maghain.

"Ano yan?" tanong ko sa aking ina.

"Manok." Sabi niya ng may ngiti sa mukha.

Nagkatinginan na lang kami ni Jacko at sabay na ngumisi.

Made in the USA
Monee, IL
23 August 2025

24039068R00033